அவளது ஏக்கங்கள்

செல்வி.செ

ஏலே பதிப்பகம்

அவளது ஏக்கங்கள்
ஆசிரியர் ©**செல்வி.செ**

முதற்பதிப்பு 2021
பக்கங்கள் 51

ISBN 978-93-91423-47-6
புத்தகம் வெளியிடு
ஏலே பதிப்பகம்
aelaypublish@gmail.com
phone – 9944992571

Aelay Publish
www.aelaypublish.com

காதல் வயப்பட்ட பெண்ணின் உணர்வுகள்
அலைகடல் போல் பொங்கும், அது சிறு துளியாகவும்
இருக்கலாம் பெரு வெள்ளமாகவும் இருக்கலாம்.
அவள் நினைப்பது, இரசிப்பது, வருந்துவது,
கனா காண்பது இவையே "அவளது ஏக்கங்கள்"

- செல்வி. செ

அவளது ஏக்கங்கள்

முதல் பார்வை

முதல் பார்வையிலே ஓங்கி அறைந்தாய்
விழுந்தேன் காதலெனும் சொப்பனத்தில்
பேச நினைக்கும் வார்த்தைகளோ
மூழ்கிப்போனது உன்னுடைய புன்னகையில்
உன்னைக் கண்ட நொடி முதல்
நனைகிறேன் காதல் மழையில்
என்ன மாயமோ தெரியவில்லை
உன் குரல் கேட்ட நோடி முதல்
மயக்கத்தில் நான்
உன் கரம் பற்றி நடக்கும் அந்நொடிக்காக
காத்திருக்கிறேன் என்னவனே !!

கள்வன்

அவனைக் கண்ட நொடியிலே
குடை கொண்டு நனைந்தேன்
நான் காதல் மழையிலே
மையல் மயக்கத்திலே நானும்
புரியாத புதிர்போல அவனும்
அவன் கண்ணீரை துடைக்க
ஏங்கிய கரங்கள் சொல்லிவிடும்
என் காதலை
மாறிய காலத்திலும் மாறாத
காதல் கொண்டு நான்
காத்திருக்க வாசம் மாறாத
மலர் போல் மீண்டும்
மலர்ந்தான் என் கள்வன்!

கல்நெஞ்சக்காரன்

பார்வை இழந்து பாதை மறந்தேன்
அவனைக் கண்ட நொடி முதலில்
மணி முள்ளாய் அவனிருக்க
நொடி முள்ளாய் வலம் வந்தேன்
கள்ளமற்ற அவன் சிரிப்பை
நாணம் கொண்டு நான் இரசித்தேன்
மெழுகு போல் உருகும் என்
மனம் மட்டும் ஏனோ புரியவில்லை
அந்த கல்நெஞ்சக்காரனுக்கு
காலம் மாறியது அவன்மீது
நான் கொண்ட காதலோ மாறவில்லை
தனிமையிலும் இனிமை உணர்ந்தேன்
என்னவனின் நினைவுகளோடு
என்னோடு விரல்கோர்க்க வருவானோ
என் மன்னவன்?

கொல்லாதே

கள்வனே!
உனதிரு விழிகள் கொண்டு
திருடிவிட்டாய் என்ன
வெளியேற மனமின்றி
விழுந்து கிடக்கிறேன்
என் தேடல் நீயாக இருக்க
தேடலும் சுகமானது
மறுக்க நினைக்கும் நீயும்
மறக்க முடியாமல் நானும்
வென்னீரில் விழுந்த மீன்போல
வாடுகிறேன் நான்
உன் சிரிப்பால் வதைத்த
என் மனதிற்கு
வலி தீர்க்கும்
வழி தான் என்னவோ
கல்நெஞ்சக்காரா
கொல்லாதே மௌனம் கொண்டு!!

மலர்ந்தது காதல்!

மௌனம் கொண்டு நீ இருக்க
அதை மையல் கொண்டு
நான் இரசிக்க
மலர்ந்தது காதல்!

விழிச்சிறை!

நான் கைதாக
வேண்டுகிறேன்
உனது இரு
விழிச்சிறையிலே!

காத்திருக்கிறேன்

என் மன்னவா!
உன் கரம் பற்றி நடக்கவே
வழி மீது விழி வைத்து
காலம் கடந்து காத்திருக்கிறேன்!

ஏ .. கள்வனே

உன் அசைவுகளில்
நான் இசையாக மாறி
உன் வசமாகத் தவிக்கிறேன்
ஒரு பார்வை
உன் சிறு பார்வை
என்மீது பட்டால் என்ன?
உன் நிழல்
படும் இடத்தில்
நிலமாக நான்
வாழ ஆசை
ஏ .. கள்வனே
நான் என்னவென்று சொல்ல!

காலம்-தூரம்

என் எதிரி தூரம் அல்ல
என் கைகளால் அவனை அள்ளி
அணைக்க விடாமல்
காத்திருக்க வைக்கும்
இந்த காலமே!!

கவிதை-கனவு

இமைகள் கண்ட வலியினால்
என் "கனவுகள்"
இப்போது கவிதையானது!
வரிகள் தந்த வலியினால்
என் "கவிதைகள்"
மீண்டும் கனவாகிப்போனது!

காதல்

காரணமின்றி வந்த
காதல் இப்போது
காகிதக் கிறுக்கலானது!

எப்படி பிழைப்பேனோ!

அள்ளி அணைக்க ஏங்கும்
இந்த காரிகை முன்
இப்படி நீ இருக்க
நான் எப்படி பிழைப்பேனோ!

கிரங்கிப் போனேன் நான்!

அவன் புருவத்தை உயர்த்திக்
கண்ணடித்து என் கைபிடித்து
என்னவென்று கேட்கயிலே
மனம் மயங்கி
கிரங்கிப் போனேன் நான்!

காதல்

அடங்காமல் சுற்றித் திரியும்
இந்தக் காற்றோடு கலக்க
விடாமல் தன்னை இழந்து
கரைந்து போனது நீர்
அடடா காதல் அல்லவோ!!

மௌனத்தில் தொலைந்தேன்

பக்கம் பக்கமாய் பேசிட
எண்ணிய நானோ
மௌனத்தில் தொலைந்தேன்
உன் வார்த்தைகளிலே!!

காத்திருப்பது

கரையருகே நீயிருப்பதை
அறிந்தபின்
கடல் கடக்கும் நேரமதில்
காத்திருப்பது கூட
சுகம்தான்!

அரசனே

அவள் நினைவினை ஆட்கொண்ட அரசனே
உன் கரம்பற்றித் தோள் சாய்ந்து
இச்சைமொழி பேசிட உத்தரவு தருவாயோ
கன்னி அவள் காத்திருக்கும் வேளையில்
தென்றலெனத் தீண்டிச் சென்றவனே
விடியும் வரை விடாமல் அவளை
உன் நினைவுகள் துரத்துவது ஏனோ
கொஞ்சல் எனக் கொஞ்சம்
கெஞ்சல் எனக் கொஞ்சம்
கொண்டு உன்னிடம் தஞ்சம் அடைந்திடவே
தடுமாறி நிற்கிறாள் இந்தக் கிருக்கி
தென்றலும் தீண்டாத வண்ணம்
நீ அணைத்திடவே காத்திருக்கிறாள்
மங்கை அவளுக்கு
முத்த நிவாரணம் அளிப்பாயோ!?
உன் கரம் பற்றிக்கொண்டு
காலங்கள் கடந்திடவே ஏங்குகிறாள்!!

அடங்கிப்போனது

எண்ணிலடங்கா எண்ணங்கள்
சொல்லிடங்கா செயல்கள்
எழுத்திலடங்கா வரிகள்
மொத்தமும் அடங்கிப்போனது
அவனது முத்தத்திலே
சிறிதளவும் சத்தமின்றி!!

தூக்கம் தொலைக்கிறேன்!!

பல ஆயிரம்
கனவுகள் கண்டு
துவண்ட என் விழிகளோடு
தூக்கம் தொலைக்கிறேன்!!

மருந்து

மயங்கிக் கிடக்கும்
மங்கையின் இந்த
மானங்கெட்ட இதயத்திற்கு
மலர்போன்ற அவன்
முகமே மருந்தாகும்
மரணம் வரையிலே!

தொலைந்து போனதென் இதயம்

கனவுகளில் தொலைய எண்ணி
தூரம் தொலைந்து போக
காலம் கடந்து போக
காற்றிலே எழுதிய கவிதையாய்
தொலைந்து போனதென் இதயம்

கவலைகள்

அறிந்தேன்
ஆறாத காயங்கள்
புரிந்தேன்
பிரியாத நினைவுகள்
தெரிந்தேன்
தீராத இரவுகள்
அனைத்தும் கடந்தேன்
கவலைகள் ஆயிரம் கொண்டே

காவல் ஆனேன்

காணும் இடமெங்கும்
காட்சிப் பிழையாய்
கண்ணெதிரே தோன்ற
கண்ணீர் நிறைந்த
காணல் நீர் ஒன்றுக்கு
காவல் ஆனேன் ..!!

நீலக் குயில்

நீண்ட இரவிலே
நீளா இசையால்
நிழலினை நிஜமென எண்ணி
நினைவிழந்து தவிக்கும்
நீலக் குயில் ஒன்று...

தீண்டல்

நினைவாக நீ
என்னைத் தீண்டவே
கலைந்தது சொப்பனம்!

மடிகிறேன்

தொட்டால் சுடும்
தீயோ நீ
விட்டு விலகும்
காற்றோ நீ
தேனிசை பாடும்
குயிலோ நீ
உன்னை காண
வழியின்றி மடிகிறேன்

பித்துப்பிடித்தவள்

அந்திமாலை பொழுதில்
அவன் குறுஞ்செய்திக்காக
காத்திருந்து நிலவோடு
உரையாடி உறங்கிப்போன
அந்த இருவிழிகள்
சொல்கின்றது இவள்
பித்துப்பிடித்தவள் என்று !

கனா ஒன்று கண்டேனடா

காதோர மொழிகள் கேட்டு
மார்போடு சாய்ந்து கொண்டு
இதழோர முத்தங்களோடு
உனதருகே உறங்கிப்போக
கனா ஒன்று கண்டேனடா

வருந்துகிறாள்

விழியோடு விழிசேரும்
வேளையிலே
வழிந்தோடும் காதலெனும்
நதியிலே
விரலோடு விரல்கோர்த்து
விழுந்திடவே
வஞ்சிஇவள் மனம்
வருந்துகிறாள்

உயிர் வாழ்கின்றேன்

இமைக்கும் உன் விழிகளை
இமைக்காமல் பார்த்து
காற்றும் புகாத வண்ணம்
கட்டியணைத்து உன்
காதோரம் என்
காதல் சொல்லிடவே
மலரும் உன்
இதழோரப் புன்சிரிப்பிற்காகவே
உயிர் வாழ்கின்றேன்

பைத்தியக்காரத்தனம்

உந்தன் கண்கள்
இமைப்பது கூட
உனக்கு வலிக்கும்
என்றெண்ணும் இந்த
பாதகிக்கு எவ்வாறு
எடுத்துறைப்பேன் இது
பைத்தியக்காரத்தனம் என்று !

கரையானது

ஏனோ என்
இதயமும் கரையானது
காதலெனும் வலி
கசிந்ததனாலே

வெட்கத்திலே

வார்த்தைகளோடு
விளையாடிய நானோ
வார்த்தைகளற்று
நிற்கின்றேன் உன்னெதிரே
வெட்கத்திலே

தொலைந்து போகிறேன் !

உன்னை வர்ணிக்க
வார்த்தைகள் தேடுகிறேன்
தேடுகின்ற ஒவ்வொரு
நொடியிலும் தொலைந்து
போகிறேன் !

காத்திருப்பேன்

என்னை கட்டியிழுக்கும்
உன் கடைவிழிப்
பார்வைக்காக காலங்கள்
பல காத்திருப்பேன்
காதல் கொண்டு!

நினைவிழந்தேன்

நித்தம் உன்
சிரிப்பின் சத்தம்
கேட்டு நினைவிழந்தேன்
நித்திரையிலே !

நினைவுகள்

ஊர் தூங்கும்
நேரத்தில்
உயிர் ஒன்று
தூங்காமல்
நித்தம் யுத்தம்
செய்கிறது
நினைவுகளுடன்!

காத்திருப்பதும் சுகமே

புலர்ந்தும் புலராத
அதிகாலை பொழுதிலே
அடிமேல் அடிவைத்து
விரலோடு விரல்கோர்த்து
தோள்மீது தலைசாய்த்து
இளந்தென்றல் காற்றோடு
உன்னோடு நானிருக்க
காலம் பல
காத்திருப்பதும் சுகமே !

மௌனம்

மௌனம் பேசும்
இருவிழிகளுக்கு இடையே
மொழிக்கென்ன வேலை !?

கர்வம்

நான் என்னும்
கர்வம் தோற்றுப்போகிறது
அவன் அருகிலே!

அரவணைப்பு

விவரிக்க வார்த்தையில்லா
அவன் அரவணைப்பில்
ஓராயிரம் அர்த்தங்கள்
இவளுக்கு மட்டும் !

புதைக்கிறாள்

காரணமின்றி வந்த காதலை
காரிகை இவள்
காயம் அறியும் முன்
உயிருடன் புதைக்கிறாள்
அர்த்தங்கள் அறியாமலேயே !

பயணம்

என் கருவிழிகளில்
அவன் பின்பம்
பதியும் வரையிலே
நீள்கிறதென் பயணம்!

ஒருதலைக்காதலி

தொட்டுத் தொடங்க
வழியின்றி
விட்டு விலகவும்
மனமின்றி
தூரத்தில் அவனையே
இமைக்காமல்
இரசிக்கும் இவள்
ஒருதலைக்காதலி

அவளது ஏக்கம்

சில்லெனத் தூறும்
சாரல் மழையினில்
சிரிப்பினைக் கொண்டு
சிறைப்பிடித்தான் என்னை
காதல் பிடிக்குள்
மாட்டிக்கொண்டேன் நான்

சுவாசிக்கும் காற்றிலே
தவழ்ந்து வரும்
அவன் குரல்கேட்டு
தினம் வாசம்
செய்கிறேன் நான்

மௌனமாய் பேசும்
அவன் இதழ்கள்
கண்ட மயக்கத்திலே
ஜென்மங்கள் பல
கடந்து விட்டேன்

உறங்காத என்
விழிகளுக்குள்ளே அவன்
நினைவினைத் தைத்து
வாழ்கிறேன் கனவிலே

நானோ மையல்
மயக்கத்தில் பாதை
மறந்து அவன்
பாதங்களைத் தொடர்கிறேன்

காதல் கடலில்
கறையேற நினைத்து
விழுந்தேன் நான்
அவனது விழிகளிலே

கல்நெஞ்சக்காரன் அவன்
களவாடிச் சென்ற
என் இதயத்தை
திருப்பித்தர மறுக்கிறான்

அவளது ஏக்கங்கள்

மாயக்காரன் அவன்
என் காயங்கள்
யாவும் மாயமாகிறது
அவன் அருகினிலே

இந்தக் கள்ளியோ
அவனறியாமல் சத்தமின்றி
தினம் முத்தமொன்று
கொடுக்க ஆசைக்கொண்டாள்

அவன் கண்ணீரினை
தாங்கும் கண்ணங்களாக
அவளிருக்கத் தவிக்கிறாள்

ஏனோ புரியவில்லை
எழுத்துப்பிழையாக மாறியது
என் கவிதை

அள்ளி அணைக்க
ஏங்கும் காரிகைமுன்
இப்படி அவனிருக்க
எப்படிப் பிழைப்பேனோ

வரிகளாய் சதரிக்கிடக்கும்
எனக்கு உயிர்
கொடுக்க வருவானோ

காலத்தின் மாயையோ
இல்லை அவன்
செய்யும் வேலையோ - அவனது
அந்த ஒற்றைப்
பார்வைக்காக ஏங்கித்
தவிக்கிறேன் நான்!

Printed by Libri Plureos GmbH in Hamburg,
Germany